எழுதாத பக்கங்கள்

நூலாசிரியர்
இரா. சுதந்திரதேவி

எழுதாத பக்கங்கள்
கவிதை
ஆசிரியர் : இரா.சுதந்திரதேவி ©
முதல் பதிப்பு : ஆகஸ்ட் 2022
வெளியீடு : ஏலே பதிப்பகம்
5/175, பாத்திமா நகர், கூத்தென்குழி,
திருநெல்வேலி - 627104
தொடர்புக்கு : +91 9944992571

Ezhuthatha pakkangal
Poetry
by R.Suthanthiradevi ©
First Edition : August 2022
Pages: 42
ISBN : 978-93-5533-493-0
Aelay Publish
Contact : +91 9944992571
Designed by : Aelay publish team

முன்னுரை

"எழுதாத பக்கங்கள்" பற்றிய சில வரிகள்..

ஒரு பெண்ணவளின் மொத்த காதல் ஏக்கத்தையும் கவிதை நூலாய் கொண்டதுதான் இந்த "எழுதாத பக்கங்கள்". ஒவ்வொரு வரியும் ஒரு பெண்ணவள் தனக்குள் ஊற்றெடுக்கும் காதலை தன் காதலனுக்காக அள்ளி எடுத்து இறைப்பது போல் இருக்கும். கற்பனையில் காதல் செய்து, பின் நிஜத்தை நோக்கி ஒருதலைக்காதலோடு நகரும் ஒரு பெண்ணின் உணர்வுகளை எடுத்துரைப்பதே நூலின் சிறப்பாகும்.

இரா.சுதந்திரதேவி

எப்பொழுதும் காணாத
சிறுபுன்னகை...
எப்பொழுதும் எனை
வம்பிழுக்கும் அந்த உதடுகள்
அன்றுமட்டும் ஏனோ அமைதியாய்...
எதையோ சொல்லத்தவிக்கும்
அந்தப் பார்வை...
புதிதாய் காணும்போது
புரிந்துகொண்டேனடா
உன்னிடத்தில் என்காதலை...

இத்துணை வருடகாலமாய்

ஒவ்வொரு காதலர்தினத்திற்கும்

தவமிருந்தேன்...

தவத்தின் பலனாய்

நீதந்த அந்த

ரோஜா ஒன்றே போதுமடா...

நீயும் நானும்

வார்த்தைகளால் பேசிய

நேரங்களைவிட கண்களால்

பேசிக்கொண்ட நேரங்களே அதிகம்...

உன்னிடத்திலிருந்துதான்

கற்றுக்கொண்டேனடா...

'கண்களும் காதல்மொழி

பேசுமென்று'...

என் முதல் வெட்கம்
எதுவென்று தெரியுமா?
நான்தான் உன்காதலென்று
புன்னகையோடு நீ
உன் நண்பர்களிடம் சொல்லி
அறிமுகப்படுத்திய
அந்தகணநேரம்தானடா...

தொலைதூரத்தில் நாமிருக்க

அலைபேசியின்

குறுந்தகவலில் நீண்டுகொண்டே

போனதடா உனக்கும்

எனக்குமான காதல்உலகம்...

ஜன்னலோர காற்றுடன்

இசைஞானியின் இசையோடு

ஒரு *headset*- ல் இருவர் கேட்ட பாடல்

இன்றும் இசைக்கிறதடா என்னில்...

மழையோடு

அந்த மாலைநேரத்து பேருந்து பயணம்....

நீண்ட பயணத்தின்

சிறு இடைவெளியாய்

மாலைநேர மழைக்காற்றின்

வாசத்தில்

காதலுக்கும் இதழுக்கும்

இதம் சேர்க்க

சற்று தேநீரோடு காதல்கொண்டே

காதலை வளர்த்தோமடா...

திருவிழாக்கூட்டத்தின் நடுவே,

வானவேடிக்கையை

வேடிக்கை பார்த்துக்கொண்டே

தொலைந்துவிடாமல் நானிருக்க

குழந்தையென நினைத்து

என்கைகளை இறுக்கமாய்

பற்றிக்கொண்ட உன் கைகள்

இன்னும் சொல்கிறதடா

என்மேலான உன்காதலை...

இரவை விழுங்கி

பளிச்சிடும் விளக்குகள் நடுவே,

அந்தத் திருவிழாக்கடையில்

நீ வாங்கித்தந்த

ஜிமிக்கியும், வளையலும்

இன்னும் பத்திரப்படுத்தி

வைத்திருக்கிறேனடா

நம் காதலின் சின்னமாய்...

நம் காதல்

பரிசாய் நீ வரைந்துதந்த

ஓவியம்...

அப்பொழுதுதான்

கண்டுக்கொண்டேனடா...

காதல் ஓவியமென்பது

எதுவென்று...

என் காதலின் ஆழத்தை

அறிந்துகொள்ள ஆசையாய்

நீ என்கையில் வைத்துவிட்ட

மருதாணி

சொல்லிவிட்டுச்சென்றதடா

உன்னிடம் என்காதலை....

எத்துணை சமூகவலைதளத்தில்

காதல்கதைகளை பகிர்ந்தாலும்

காவியமாய் என்னிடத்திலே

இருக்கிறதடா

நீ எனக்கெழுதிய

அந்தக் காதல் கடிதம்...

முதல் சண்டையாய்

யார் அதிகமாய் காதலித்தோம்

என்ற கேள்வியோடு

ஆரம்பித்து

பதிலுக்காய் நாமிருவரும்

இன்னும் எதிர்பார்த்து

காத்துக்

கொண்டிருக்கின்றோமடா...

""என்னை ஆட்கொண்ட அவளுக்கு

என்மனம் புரியவில்லையா?

இல்லை,என்னால்தான்

புரியவைக்க முடியவில்லையா?""

சிறுசண்டையில்

நீ எனக்காய் எழுதிய

காதல்வரிகளில்

புரிந்துகொண்டேனடா

உன் காதலை...

பேசிக்கொண்டே
சண்டையிட்டோம்
பேசாமலிருந்தும்
சண்டையிட்டோம்
எனினும், புரிதலிலே
காதலை வளர்த்தோமடா...

என் கண்ணீரைத்துடைத்து

ஆறுதல் கூறிய உன்னால்,

கண்ணீரைக்கூட

காதல்செய்தேனடா...

கடைசிவரை அந்தக் கைகள்

என் கண்ணீரை துடைக்குமென்று...

கடற்கரை மணலிலே

கைகோர்த்து இருவரும்

பேசிச்செல்ல

கால்களும் நேரமும்

கடந்துபோனதே தவிர

காதல் மட்டும்

நம்மைவிட்டு

கடந்து போகவில்லையடா...

கடல்மணலில் பெயரெழுதி

விளையாடிய நம்மை

கடைசியாய்

கல்யாணமண்டபத்தில்

பெயரெழுத வைத்துவிட்டதடா

நம் காதல்...

நாம் எதிர்பார்த்து காத்திருந்த

அந்த காலைவேளையில்,

பட்டுப்புடவையில் வெட்கத்தோடு

மணமகளாய் நானிருக்க,

மாலையோடு மணமேடையில்

நீயிருக்க,

அம்மி மிதித்து அருந்ததி பார்த்து

மஞ்சள்கயிற்றில்

தாலியாய் என்கழுத்தில்

மின்னியதடா நம்காதல்...

இதுவரை கற்பனைகளில்

வாழ்ந்த என்காதலின்

கவிதைவரிகளில்

இடைவெளிகளில்லாத

நிஜத்தை நோக்கி

அடுத்தபக்கமாய்

நகர்கிறது

என்காதலும்,

சில உண்மை வரிகளும்...

என்காதலை முதல்முறை

நான்கூறுகையில்

முகம்சுழித்த நீ

இன்றும் அப்படியேதான்

இருக்கிறாயடா...

என்னைப்போல

சிறிதும் மனம்மாறாமல்...

எத்தனையோ காதலர்தினம்
வந்துவிட்டுச்சென்றாலும்
எனக்குமட்டும்
விடியவில்லையோ
என்னவோ???இல்லை
எனக்குமட்டும்
விடுமுறை நாளோ
என்னவோ???
தெரியவில்லையடா...

உனக்கானவளை

நீ என்னிடம்

அறிமுகப்படுத்திய

அந்த தருணம்தான்

நான் உன்மீது

ஆசையோடு பயணித்ததன்

முற்றுப்புள்ளியாய்

இடம்பெற்றதடா...

தொலைதூரத்தில் நீயிருக்க
வராத குறுந்தகவலுக்காய்
காத்திருந்து காத்திருந்து
ஏங்கிப்போனதடா என்மனம்...

ஜன்னலோர காற்றுடன்

இசைஞானியின் இசையோடு

ஒரு *headset* -ல் நான்கேட்கும் பாடல்

உனை நினைத்து தினமும்

தவிக்கவைக்கின்றதடா...

மழையோடு

அந்த மாலைநேரத்து

பேருந்து பயணம்...

நீண்ட பயணத்தின்

சிறுஇடைவெளியாய்

மாலைநேர மழைக்காற்றின்

வாசத்தில்

உன்னோடு

காதல்வளர்க்கமுடியாமல்

தேநீரோடு

உனை நினைத்து காதல்

வளர்க்கிறேனடா...

கைகோர்த்து

என் கண்ணெதிரே

காதலர்கள் நடந்து

செல்லும்போதெல்லாம்

உன்கைவிரல்கள் தேடியதடா

என் கைகள்...

இரவை விழுங்கி

பளிச்சிடும் விளக்குகள் நடுவே,

திருவிழாக்கடையில்

காதலிக்கு ஒருவன்

ஜிமிக்கியும், வளையலும்

வாங்கிக்கொடுத்து காதலை

பரிமாறிக்கொள்ளும் அழகை

ஆசையோடும் ஏக்கத்தோடும்

பார்த்து,

எனக்குள்ளே

ரசித்துக்கொள்கிறேனடா...

உன்மேல் நான்கொண்ட

காதலில் நீயில்லாமல்

பாடல்வரிகளில் மட்டுமே

உன்னோடு

வாழ்ந்து

கொண்டிருக்கின்றேனடா...

உன்னை நினைத்து

என்கையில் நான்வைக்கும்

மருதாணி சிவந்துவிட்டு

என்காதல் ஆழத்தை சொல்லிவிட்டு

செல்வதை நீ அறிவாயாடா???

எத்துணை சமூகவலைதளத்தில்

காதல்கவிதைகளை பகிர்ந்தாலும்

நீ அனுப்பும்

குறுந்தகவலுக்காய் காத்துக்

கொண்டிருக்கின்றேனடா...

நம் முதல் சண்டையே

உன்னிடத்தில் ஆசையாய்

என்காதலை கூறும்போது

ஆரம்பித்து,

இன்றும் முடிவுக்காய்

காத்திருக்கிறதடா...

காதலில் புரிதல்

அவ்வளவு எளிதல்ல

என்பதால்தான்

நீ புரிந்துகொள்ளும்வரை

காத்திருக்க

நினைக்கிறேனடா...

என் கண்ணீருக்கு
ஆறுதல்கூறும்
உன்னிடத்தில் எப்படிசொல்லி
புரியவைப்பேனடா...
கண்ணீருக்கு காரணமே
நீதானென்று...

கடற்கரையில் நடைபோட்டு

கால்தடம் பதிக்க நினைத்து

திரும்பி

வந்துவிட்டேனடா...

கடற்கரை மணலில்

இடைவெளிகளில்லாத எத்தனையோ

காதல்ஜோடி கால்தடம்...

என் ஒற்றைக்கால்தடத்தை

எங்கே வைப்பதென்று புரியாமல்...

கடற்கரை மணலில்
என்பெயரை எழுதிமுடித்து
உன்பெயரை எழுத
தொடங்கும்முன்னே
அழித்துவிட்டுச்
சென்றதடா
அந்த அலை...
என் காதலை
விளையாட்டாய்க்கூட
சேரவிடவில்லை இந்த விதி...

இத்துணை வருடங்கள்
காத்திருந்த என்காதலுக்கு
புரியவில்லையடா...
என்காதல் வெறும்
காத்திருப்பாகவும்,
கவிதையாகவும் மட்டுமே
போய்விடுமென்று...

கற்பனையில் மட்டுமே
வாழ்ந்துமுடிந்த என்காதல்
இந்த கவிதைகளிலாவது
உயிர்பெற்று வாழட்டுமடா...

என்னுள் அவன் ஓர்

அழகிய புத்தகம்...

பாதி எழுதிமுடித்த

பக்கங்கள்...

மீதி எழுதநினைக்கும்

பக்கங்கள்...

எழுதிய பக்கங்களெல்லாம்

என்னுள் காதலாகவும்,

காத்திருப்பாகவும்,

கவிதையாகவும்

மட்டுமே...

மீதி பக்கங்களாவது அவனுள்

காதலாக இருந்து

எழுதப்படட்டுமே!!!...